स्टेनोग्राफर सेक्रेटरीअल असिस्टंट मराठी MCQ

मनोज डोळे

डिजिटायझेशन ही काळाची गरज आहे. भविष्यात, प्रशिक्षण अधिक सोयीस्कर आणि सोपे करण्यासाठी औद्योगिक प्रशिक्षण संस्थांमध्ये ऑनलाइन इंटरनेट वापरून प्रशिक्षण घेणे आवश्यक आहे. MCQ प्रश्नांचा संच असलेली ई-पुस्तके प्रशिक्षणार्थींना उपलब्ध करून दिली जातील कारण त्यांना त्यांच्या औद्योगिक प्रशिक्षण संस्थांमध्ये होणाऱ्या ऑनलाइन परीक्षांच्या तयारीसाठी MCQ प्रश्नांची अधिक सवय होणे आवश्यक आहे.

या सर्व बाबी लक्षात घेऊन श्री.मनोज मधुकर डोळे प्रशिक्षक, औद्योगिक प्रशिक्षण संस्था, सातारा यांनी नवीन वार्षिक प्रणाली आणि NSQF-5 अभ्यासक्रमानुसार पुस्तके लिहिली आहेत. आणि त्यांनी प्रशिक्षण सुलभ करण्यासाठी सैद्धांतिक मोबाइल ॲप्स आणि ब्लॉग तयार केले आहेत आणि हे सर्व शैक्षणिक साहित्य जगप्रसिद्ध Google Play Store, Amazon आणि Apple Book Store वर डाउनलोड करण्यासाठी उपलब्ध केले आहे.

पुस्तकांचे प्रकाशन माननीय सहसंचालक श्री राजेंद्र घुमे साहेब प्रादेशिक व्यावसायिक शिक्षण व प्रशिक्षण कार्यालय, पुणे यांच्या हस्ते दिनांक 9/1/2019 रोजी करण्यात आले, यावेळी श्री प्रकाश सायगावकर साहेब प्राचार्य शासकीय औद्योगिक प्रशिक्षण संस्था औंध पुणे, श्री तुकाराम मिसाळ साहेब प्राचार्य डॉ. सरकार प्र.संस्था सातारा, श्री सचिन धुमाळ साहेब जिल्हा व्यवसाय शिक्षण व प्रशिक्षण अधिकारी सातारा, श्री यतीन पारगावकर साहेब मुख्याध्यापक गो. प्र.संस्था कोल्हापूर, श्री विकास टेके साहेब निरीक्षक व्यावसायिक शिक्षण व प्रशिक्षण क्षेत्रीय कार्यालय पुणे, पालेकर फूड्स प्रॉडक्ट्स प्रा. लि.चे सातारा येथील उद्योजक अध्यक्ष श्री.नीळकंठराव पालेकर साहेब, हिरा फूड्स चे चेअरमन श्री.इब्राहिम बाबा तांबोळी साहेब, सौ.शाल्मली पवार मुख्याध्यापिका शासकीय तंत्रनिकेतन केंद्र सातारा व इतर मान्यवर यावेळी उपस्थित होते.

अनुक्रमणिका

प्रस्तावना

स्टेनोग्राफर सेक्रेटरीअल असिस्टंट मराठी MCQ हे आयटीआय इंजिनीअरिंग कोर्स स्टेनोग्राफर सेक्रेटरीअल असिस्टंट (इंग्रजी) साठी एक साधे ई-बुक आहे. , सेम- 1 आणि 2, 2022 मध्ये सुधारित NSQ F-5 अभ्यासक्रम, त्यात अधोरेखित आणि ठळक अचूक उत्तरांसह वस्तुनिष्ठ प्रश्न समाविष्ट आहेत MCQ सुरक्षा आणि पर्यावरण, स्टेनोग्राफर सेक्रेटेरिअल असिस्टंट इंग्रजीचा वापर, संगणक हार्डवेअर आणि त्याचे परिधीय, यासह सर्व विषयांचा समावेश आहे. व्यंजन आणि त्याची दिशा /व्यंजनात सामील होणे, दीर्घ आणि लहान स्वर, लोगोग्रामचे वर्णन, व्याकरण आकुंचन आणि 'द' /विरामचिन्हाचा वापर, डिप्थॉन्ग, संगणकावर विंडोज ऑपरेटिंग सिस्टम तयार करणे, संगणकावर बोटांचे स्थान, वक्र हुक केलेले स्ट्रोक आणि संयुग. , अंतिम हुक ओळखा, अंतिम हुक ओळखा, उपसर्गांची यादी करा, प्रत्ययांची यादी करा, MS-Excel, ऑफिस लेआउट लेबल करा, MS-Power पॉइंट फाइल करा आणि तयार करा, MS-PowerPoint सादरीकरणाचे प्रात्यक्षिक करा, ई-मेल आयडी तयार करा, मेलद्वारे पत्रव्यवहार, नोंदणीसाठी ऑनलाइन फॉर्म आणि कागदपत्रे भरणे, सर्व प्रकारची पत्रे, सूचना, अजेंडा, मिनिटे, अहवाल, परिपत्रक आणि ज्ञापन आणि बरेच काही.

आम्ही प्रत्येक नवीन आवृत्तीसह नवीन प्रश्नांची उत्तरे जोडतो. कृपया काही त्रुटी/ वगळल्यास आम्हाला ईमेल करा. सर्व अभियांत्रिकी बहुपर्यायी प्रश्न आणि उत्तरांसाठी हे निर्विवादपणे सर्वात मोठे आणि सर्वोत्तम ई-पुस्तक आहे.

विद्यार्थी म्हणून तुम्ही ते तुमच्या परीक्षेच्या तयारीसाठी वापरू शकता. हे ई-पुस्तक प्राध्यापकांना साहित्य रीफ्रेश करण्यासाठी देखील उपयुक्त आहे.

नांदी, प्रस्तावना

21 व्या शतकातील औद्योगिक क्षेत्रातील वेगाने वाढणाऱ्या मागणीच्या अनुषंगाने बहु-कुशल कारागीरांचा पुरवठा करण्यासाठी व्यवसाय शिक्षण आणि व्यवसाय प्रॅक्टिकल विभागामार्फत व्यावसायिक शिक्षण आणि प्रशिक्षण विभागामार्फत व्यावसायिक शिक्षण आणि प्रशिक्षण दिले जाते. संस्थांमधील सर्व व्यवसाय महत्त्वाचे आहेत, कारण या व्यवसायांतील प्रशिक्षणार्थी उद्योगाच्या मागणीनुसार बहु-कौशल्ये विकसित करतात.

औद्योगिक क्षेत्रातील सर्व उद्योगांमधील सर्व परीक्षा ऑनलाइन घेतल्या जातात आणि त्यामध्ये MCQ पद्धतीच्या प्रश्नांचा समावेश होतो हे लक्षात घेऊन सर्व व्यवसायांसाठी योग्य MCQ ई-पुस्तके उपलब्ध करून देण्याच्या उदात्त हेतूने. श्री.मनोज मधुकर डोळे यांनी नवीन वार्षिक अभ्यासक्रमानुसार MCQ पद्धतीवर खूप चांगले ई-बुक लिहिले आहे. हे ई-बुक सर्व प्रशिक्षणार्थी, प्रशिक्षणार्थी उमेदवार, प्रशिक्षण प्रशिक्षक आणि संबंधित इतरांसाठी निश्चितच मार्गदर्शक ठरेल.

पुस्तकाचे लेखक श्री.मनोज मधुकर डोळे आहेत, इन्स्ट्रक्टर गव्हर्नमेंट ITI सातारा यांना 17 वर्षांचा प्रशिक्षणाचा अनुभव आहे. नवीन वार्षिक पॅटर्न म्हणून लिहिलेल्या, या ई-बुकमध्ये प्रत्येक विषयासाठी मांडणी, सोपी भाषा आणि सोपी वाक्यरचना, आकृती आणि व्हिडिओ समजून घेण्यासाठी आधुनिक डिजिटल QR कोड तंत्रज्ञान समाविष्ट केले आहे. त्यामुळे सखोल अभ्यास आणि परीक्षेच्या सरावासाठी हे ई-बुक नक्कीच उपयोगी पडेल याची मला खात्री आहे. त्यांनी केलेले काम नक्कीच कौतुकास्पद आहे.

श्री तुकाराम मिसाळ
प्राचार्य शासकीय औद्योगिक प्रशिक्षण संस्था सातारा.

ऋणनिर्देश, पावती

DGET नवी दिल्ली आणि CSTARI कोलकाता ऑगस्ट 2018 च्या सत्रापासून ITI मधील सर्व व्यवसायांसाठी वार्षिक पॅटर्न लागू करत आहेत. परीक्षा पद्धतीतही बदल करण्यात येणार असून या वर्षीपासून ती ऑनलाइन होणार असून सर्व प्रश्न वस्तुनिष्ठ स्वरूपाचे (MCQ) असल्याने प्रशिक्षणार्थींना सखोल अभ्यासाची नितांत गरज आहे. हे लक्षात घेऊन जुन्या NIMI पॅटर्नवर आधारित पुस्तके आणि नवीन वार्षिक पॅटर्नचे संपूर्ण विहंगावलोकन सादर करताना आम्हाला आनंद होत आहे आणि आम्हाला आशा आहे की ही पुस्तके सर्व व्यवसाय संचालक आणि प्रशिक्षणार्थींसाठी मार्गदर्शक ठरतील. आहे.

ही पुस्तके लिहिल्याबद्दल जोहर आवटे साहेब, ITI अकलूजचे प्राचार्य. ITI सातारा चे माजी प्राचार्य सायगावकर साहेब, सहाय्यक संचालक श्री चंद्रकांत ढेकणे साहेब व्यवसाय शिक्षण व प्रशिक्षण प्रादेशिक कार्यालय, पुणे, जिल्हा व्यवसाय शिक्षण व प्रशिक्षण अधिकारी सचिन धुमाळ साहेब व मुख्याध्यापिका शासकीय तंत्रनिकेतन केंद्र शाल्मली पवार मॅडम व मुलगा अधिराज डोळे, आई कुसुम डोळे. , माझे वडील मधुकर डोळे आणि पत्नी अश्विनी डोळे यांनी वेळोवेळी केलेल्या विशेष मार्गदर्शन व सहकार्याबद्दल मी त्यांचा मनःपूर्वक आभारी आहे.

तसेच अतिशय कमी कालावधीत पुस्तक प्रकाशित करण्यात अमूल्य वेळ दिल्याबद्दल श्री राजेंद्र घुमे साहेब, सहसंचालक, व्यवसाय शिक्षण व प्रशिक्षण प्रादेशिक कार्यालय, पुणे यांनी पुस्तकाचे पुनरावलोकन केले. त्यांच्या अभिप्रायाबद्दल मी मनापासून आभारी आहे.

पुस्तक लिहिण्याच्या सुरुवातीपासूनच सतत पाठबळ दिल्याबद्दल ITI सातारा च्या प्रशिक्षकांचा मी आभारी आहे.

या पुस्तकातून, ई-लर्निंगबद्दलचे माझे विचार तुमच्याशी शेअर करण्यात मी स्वतःला धन्य समजतो. हे पुस्तक परिपूर्ण आहे असा दावा मी करणार नाही, कारण परिपूर्णतेचा विचार करता हे पुस्तक एक प्रयत्न आहे आणि बाल्यावस्थेत आहे. त्यांची चाचणी आणि सूचना दिल्यास ते सुधारण्यासाठी मोलाचे ठरतील.

मनोज डोळे

दिनांक 9/1/2019

1

स्टेनोग्राफर सेक्रेटरीअल असिस्टंट मराठी MCQ

1 ITI Book MCQ - Manoj Dole
www.itibook.com
Online Test Exam
ITI Books
CNC Course
AutoCAD CAM
JOB & Apprentice
Online Theory
Computer Course
Trading Course
Web Designing
MSCIT Course
Shopping Business
Internet Business
Remotasks Course
Online Services
Top Sportsmans
Indian Army
Freedom Fighters
Top Scientists
Social Reformers
Motivational Speaker
Top Richest People
Join WhatsApp Group
Join Facebook Group
Like Facebook Page
PAN / Adhar / Licence Passport
www.itigov.blogspot.com
www.jobapprentices.blogspot.com
www.ititests.blogspot.com
www.itibook.com

प्रकरण क्र.1.

व्यंजन

०१] (W आणि Y] वगळता व्यंजन कसे तयार होतात?

a] सर्वातसोप्याभूमितीयआकृत्यांद्वारे,

b] डिझाइननुसार,

c] फक्त ओळींनुसार,

ड] फक्त वक्र करून.

०२] व्यंजने P, B, T, D, CH, J, K, G आहेत ....

अ] सतत,

b] स्फोटक,

c] द्रव,

ड] कोलेसेंट.

03]F, V, TH, S, Z, SH, ZH हे व्यंजन आहेत......

अ] निरंतर,

b] स्फोटक,

c] द्रव,

ड] कोलेसेंट.

०४] व्यंजन M, N, NG आहेत....

अ] निरंतर,

b] स्फोटक,

c] नाक,

ड] कोलेसेंट.

०५] व्यंजने L, R(वर/खाली) आहेत....

अ] सतत,

b] स्फोटक,

c] द्रव,

ड] कोलेसेंट.

06] व्यंजन W, Y, H(UP/down] आहेत...

अ] सतत,

b] स्फोटक,

c] द्रव,

ड] कोलेसेंट्स.

07] व्यंजन H(UP/down] आहेत...

अ] सतत,

b] स्फोटक,

c] द्रव,

ड] <u>एस्पिरेट्स</u>.

08] लघुलेखन पद्धतीचा शोध कोणी लावला?

अ] जॉन बेयरड,

b] चार्ल्स बॅबेज,

c] हेन्री मिल,

डी] <u>एमिलीस्मिथ</u>.

09] लघुलेखन पद्धतीचा शोध केव्हा लागला?

अ] १८३६ मध्ये,

b] १८३७ मध्ये

c] <u>१८३८</u>मध्ये

ड] 1835 मध्ये.

10] शॉर्टहँड पद्धतीचे दुसरे नाव काय आहे?

अ] <u>फोनोग्राफी</u>,

b] टायपोग्राफी,

c] श्रुतलेख,

ड] लघुलेखक.

11] वरपासून खालच्या दिशेने लिहिलेल्या व्यंजनांना... म्हणतात.

अ] अपस्ट्रोक,

b] <u>डाउनस्ट्रोक</u>,

c] क्षैतिज,

d] अक्षरे.

12] खालपासून वरपर्यंत लिहिलेल्या व्यंजनांना... म्हणतात.

अ] <u>अपस्ट्रोक</u>,

b] डाउनस्ट्रोक,

c] क्षैतिज,

ड] अक्षरे.

13] डावीकडून उजवीकडे लिहिलेल्या व्यंजनांना... म्हणतात.

अ] अपस्ट्रोक,

b] डाउनस्ट्रोक,

c] <u>क्षैतिज</u>,

ड] अक्षरे.

14] व्यंजनांचा मानक आकार असावा.... एक इंच.

अ] दोन तीन,

ब] <u>एकसहावा</u>,

c] एक पाचवा,

d] दोन चौथा.

15] लघुलेखात ....एकूण अक्षरे आहेत.

अ] १५,

b] २४,

c] <u>२६</u>,

ड] २८

प्रकरण क्रमांक २

स्वर

16] जड स्वर म्हणजे ... ... स्वर.

अ] <u>लांब</u>,

b] लहान,

c] गडद,

ड] बेहोश.

17] हलके स्वर ...... स्वर आहेत.

अ] लांब,

b] <u>लहान</u>,

c] गडद,

ड] बेहोश.

18] जर तोंडाचा रस्ता इतका उघडा ठेवला की ऐकू येण्याजोगे घर्षण होऊ नये आणि त्यातून आवाज रुंदी पाठवली गेली असेल तर आपल्याकडे ....अ

a] डिप्थॉन्ग,

b] <u>स्वर</u>,

c] डायफोन,

ड] ट्रायफोन.

19] स्वरांची ठिकाणे .... पासून मोजली जातात.

अ] वर खाली,

b] खालून वर,

c] <u>स्ट्रोकजिथूनसुरूहोतो</u>,

d] क्षैतिज.

20] जेव्हा स्वर आधी येतो आणि नंतर व्यंजन येतो तेव्हा अशा स्वरांना म्हणतात....

अ] <u>आधीचे</u>,

b] खालील,

c] हस्तक्षेप करणे,

ड] दोन्ही-पूर्व आणि पुढील.

21] व्यंजनानंतर स्वर येतो तेव्हा अशा स्वरांना म्हणतात....

अ] आधीचे,

b] खालील,

c] हस्तक्षेप करणे,

ड] दोन्ही-पूर्व आणि पुढील.

22] जेव्हा स्वर व्यंजनाच्या आधी आणि नंतर येतो तेव्हा अशा स्वरांना म्हणतात....

अ] आधीचे,

b] खालील,

c] हस्तक्षेप करणे,

ड] दोन्ही-पूर्वआणिपुढील.

23] लांबलचक स्वर ..... द्वारे दर्शविले जातात.

अ] हेवीडॉटआणिडॅश,

b] हलका बिंदू आणि डॅश,

c] मंडळे,

ड] पळवाट.

24] अनुक्रमे प्रथम स्थान, द्वितीय स्थान आणि तृतीय स्थान यांना .... असे म्हणतात.

a] स्वर,

ब] डिप्थॉन्ग,

c] ट्रायफोन,

ड] मंडळे.

25] आडव्या स्थितीत स्वरांचे स्थान दिलेले आहे ... व्यंजन.

अ] आधी आणि नंतर,

b] वरआणिखाली,

c] उजवीकडे आणि डावीकडे,

ड] डावीकडे आणि उजवीकडे.

प्रकरण क्र.3

हस्तक्षेप करणारे स्वर आणि स्थिती

26] Grammalogues म्हणजे काय?

a] वारंवारयेणारेशब्द

b] काही काळ घडणारे शब्द,

c] लहान शब्द,

ड] इतर.

27] मध्यंतरी स्वर म्हणजे काय? स्वर....

अ] दोनव्यंजनांमधील,

ब] व्यंजनांपूर्वी,

c] व्यंजनानंतर,

ड] इतर.

28] पहिले व्यंजन लिहिल्यानंतर तिसरे स्थान स्वर येतो.

अ] दुसरा झटका येण्यापूर्वी,

b] शेवटीदुसराझटकायेण्यापूर्वी,

c] पहिला झटका येण्यापूर्वी,

ड] इतर.

29] जेव्हा एखाद्या शब्दातील पहिला स्वर हा प्रथम स्थानी स्वर असतो तेव्हा बाह्यरेखा ---- स्थितीत लिहिली जाते.

एक सेकंद,

b] तिसरा,

c] प्रथम,

ड] इतर.

३०] जेव्हा एखाद्या शब्दातील पहिला स्वर हा दुसऱ्या स्थानाचा स्वर असतो तेव्हा बाह्यरेखा ---- स्थितीत लिहिली जाते.

अ] दुसरा,

b] तिसरा,

c] प्रथम,

ड] इतर.

31] जेव्हा एखाद्या शब्दातील पहिला स्वर हा तृतीय स्थानी स्वर असतो तेव्हा बाह्यरेखा ---- स्थितीत लिहिली जाते.

एक सेकंद,

b] तिसरा,

c] प्रथम,

ड] इतर.

32] पूर्णविराम लघुलिपीत लिहिला आहे...

अ] पूर्णविराम,

b] लहानक्रॉस,

c] लहान वर्तुळ,

ड] इतर.

33] चौकशीची नोंद शॉर्टहँड द्वारे प्रस्तुत केली जाते ...

अ] पूर्णविराम,

b] लहान क्रॉस,

c] <u>प्रश्नचिन्हआणिक्रॉस</u>,

ड] इतर.

34] उद्गारवाचकांची नोंद शॉर्टहँडमध्ये दर्शविली आहे ...

अ] पूर्णविराम,

b] <u>उद्गारवाचकचिन्हआणिक्रॉस</u>,

c] प्रश्नचिन्ह आणि क्रॉस,

ड] इतर.

35] क्षैतिज व्यंजने ....स्थितीत लिहिली जातात.

एक सेकंद,

b] तिसरा,

c] प्रथम,

ड] <u>इतर</u>.

प्रकरण क्र.4

R आणि H साठी पर्यायी चिन्हे

36] व्यंजन R ला ....फॉर्म दिलेला आहे.

अ] तीन,

b] चार,

c] पाच,

ड] <u>दोन</u>.

37] जर स्वराच्या आधी आरंभिक R असेल तर ते .... लिहिले जाते.

अ] ऊर्ध्वगामी,

b] <u>खाली</u>,

c] कोणताही फॉर्म,

ड] इतर.

38] R व्यंजनाच्या शेवटी स्वर आल्यास ते .... लिहिले जाते.

अ] <u>ऊर्ध्वगामी</u>,

b] खाली,

c] कोणताही फॉर्म,

ड] इतर.

39] मधला R नेहमी लिहिला जातो.........

अ] <u>ऊर्ध्वगामी</u>,

b] खाली,

c] कोणताही फॉर्म,

ड] इतर.

40] व्यंजन H .... फॉर्मसह प्रदान केले आहे.

अ] तीन,

b] चार,

c] पाच,

ड] दोन.

41] H चे .... फॉर्म सर्वात जास्त वापरले जाते.

अ] ऊर्ध्वगामी,

b] खाली,

c] कोणताही फॉर्म,

ड] इतर.

42] H चे अधोगामी रूप वापरले जाते जेव्हा H एकटा उभा असतो किंवा त्याच्या नंतर .... येतो.

अ] पीबी,

b] FV,

क] के, जी,

ड] एम, एन.

प्रकरण क्र.5.

डिप्थॉन्ग्स

४३] ....हे एका अक्षरातील दोन स्वरांचे एकत्रीकरण आहे.

a] ट्रायफोन,

ब] डिप्थॉन्ग,

c] डिफोन,

ड] इतर उत्तर

44] ...... डिप्थॉन्ग्स व्यंजनांच्या पहिल्या स्थानावर आहेत.

a] I, OI ,

b] OW, U,

c] आह, मी,

ड] इतर उत्तर.

४५] ...... डिप्थॉन्ग व्यंजनांच्या तिसऱ्या स्थानावर आहेत.

a] I, OI,

b] OW, U ,

c] आह, मी,

ड] इतर उत्तर.

46] डिप्थॉन्ग्स जोडले जाऊ शकतात ....

अ] सुरुवातीला,

b] मध्यस्थपणे,

c] पूर्वी,

ड] शेवटी.

47] ....एका अक्षरातील तीन स्वरांचे एकत्रीकरण आहे.

a] ट्रायफोन,

b] डिप्थॉन्ग,

c] डिफोन,

ड] इतर उत्तर

48] ......व्यंजनाच्या प्रथम स्थानावर त्रिफोन ठेवलेले आहेत.

अ] कोणत्याहीस्वरांसह I आणि OI ,

b] OW & U कोणत्याही स्वरासह

c] I आणि E कोणत्याही स्वरांसह,

ड] इतर उत्तर.

४९] . ...त्रिफोन व्यंजनांच्या प्रथम स्थानावर ठेवलेले आहेत.

अ] कोणत्याही स्वरांसह I आणि OI,

b] OW & U कोणत्याहीस्वरासह

c] I आणि E कोणत्याही स्वरांसह,

ड] इतर उत्तर.

50] K,G,M,R-up/down या संक्षेपापूर्वी .... चा प्रारंभिक आवाज.

आहे,

ब] प,

c] एल,

ड] एस

प्रकरण क्र. 6.

वाक्प्रचार

५१] .... हे पेन न उचलता दोन किंवा अधिक शब्दांचे लेखन आहे.mOo

अ] वाक्प्रचार,

b] छेदनबिंदू,

c] आकुंचन,

ड] इतर उत्तर.

५२] ....लेखनाच्या सरावाने लघुलेखकाचा वेग वाढतो.

अ] इंग्रजी,

b] <u>वाक्यांश</u>,

c] व्यंजन,

ड] इतर उत्तर.

53] वाक्प्रचारग्रामचे ....शब्द स्वरूप वाक्यांशाचे स्थान व्यापतात.

अ] शेवटचे,

b] मध्य,

c] <u>प्रथम</u>,

ड] इतर उत्तर.

4] रूपरेषा .... टाकून सुवाच्य बनवता येते.

a] डिप्थॉन्ग,

b] ट्रायफोन,

c] <u>स्वर</u>,

ड] इतर.

प्रकरण क्र. ०७

54] सुरुवातीला वापरलेले लहान वर्तुळ फक्त ...... दर्शवते.

a] z,

ब] <u>एस</u>,

c] s किंवा z,

ड] इतर उत्तर.

55] शेवटी वापरलेले एक लहान वर्तुळ प्रतिनिधित्व करते........

a] z,

ब] एस,

c] <u>s किंवा z</u> ,

ड] इतर उत्तर.

56] ....वर्तुळ नेहमी प्रथम वाचले जाते.

अ] अंतिम,

b] मध्यम,

c] <u>आरंभिक</u>,

ड] इतर उत्तर

57] ....वर्तुळ नेहमी शेवटचे वाचले जाते.

अ] अंतिम,

b] मध्यम,

c] <u>अंतिम</u>,

ड] इतर उत्तर

58] स्ट्रोक L, वक्राला जोडलेल्या वर्तुळाच्या लगेच आधी किंवा नंतर येणारा .... मध्ये आहे.

a] समानदिशावर्तुळ,

b] स्ट्रोक सारखीच दिशा,

c] वाक्यांश सारखीच दिशा,

ड] इतर

59] मंडळ S, यामध्ये जोडले जाऊ शकते....

अ] लहान वर्तुळ,

ब] मोठे वर्तुळ,

c] स्ट्रोकलोगोग्राम,

ड] इतर उत्तर.

60] जिथे स्ट्रोक S हा मूळ शब्दात सुरुवातीला लिहिला जातो, तिथे तो .... मध्ये ठेवला जातो.

a] वाक्ये,

b] संयुगेआणिडेरिव्हेटिव्हज,

c] स्ट्रोक आणि लोगोग्राम,

ड] इतर उत्तर.

प्रकरण क्र. 08

स्ट्रोक S आणि Z

61] जेव्हा स्वर प्रारंभिक S च्या आधी येतो किंवा अंतिम S किंवा Z नंतर येतो तेव्हा ही व्यंजने.....

अ] अर्धवट,

b] पूर्णपणेलिहिलेले,

c] टाकला,

ड] इतर उत्तर.

62] जेव्हा प्रारंभिक S नंतर लगेच स्वर येतो आणि दुसरा....

a] sw आणि ss,

b] s किंवा z ,

c] व्यंजन आणि वाक्यांश,

ड] इतर उत्तर.

63] स्ट्रोक S किंवा Z पूर्ण लिहिणे आवश्यक आहे जेव्हा अंतिम अक्षर -ous ...... च्या आधी येते.

a] स्वर,

b] <u>ट्रायफोन</u>,

c] डिप्थॉन्ग,

ड] डायफोन.

64] स्ट्रोक S किंवा Z .... शब्द असेल तेव्हा पूर्ण लिहावे.

अ] अर्धवट करणे,

b] दुप्पट करणे,

c] <u>कंपाऊंड</u>,

ड] संक्षिप्त.

65] स्ट्रोक S किंवा Z पूर्ण लिहिला पाहिजे जेव्हा...........

अ] एक वर्तुळ आहे,

b] <u>स्वरहाप्रारंभिक s च्याआधीयेतोकिंवाअंतिम s किंवा z च्यापुढेयेतो</u>,

c] s च्या आधी व्यंजन,

d] व्यंजन अंतिम s किंवा z चे अनुसरण करते.

प्रकरण क्र. ९

मोठी मंडळे SW आणि SS किंवा SZ.

66] एक मोठे वर्तुळ सुरुवातीला .... दर्शवते.

a] चे वर्तुळ,

b] <u>st लूप</u>,

c] sw वर्तुळ,

d]ss किंवा sz वर्तुळ.

67] एक मोठे वर्तुळ मध्यभागी किंवा शेवटी मध्यवर्ती स्वरांसह .... च्या आवाजाचे प्रतिनिधित्व करते.

अ] एस,

ब] यष्टीचीत,

c] sw,

d] <u>ss</u>

68] जेथे मूळ शब्द स्ट्रोक S ने समाप्त होतो, तेथे अनेकवचनी, possessive किंवा तृतीय पुरुष एकवचन .... वापरून तयार होतो.

a] str लूप शेवटी,

b] sw वर्तुळ,

c] सेस वर्तुळ,

d] <u>चेवर्तुळ</u>.

69] वाक्प्रचारात मोठे वर्तुळ .... म्हणून वापरले जाते.

a] sw आणि s,

b] s आणि s ,

c] व्यंजन आणि स,

ड] इतर उत्तर.

70] अंतिम s नंतर जोडले जाऊ शकतात ....

अ] लहान वर्तुळ,

ब] मोठेवर्तुळ,

c] आकुंचन,

ड] इतर उत्तर.

71] .... वर्तुळ s च्या समान गतीने लिहिलेले वर्तुळ हे दुहेरी व्यंजनाचे प्रतिनिधित्व करते.

अ] एक मोठा अंतिम,

ब] एक मोठा मध्यवर्ती,

c] एकमोठाआद्याक्षर,

ड] इतर उत्तर.

प्रकरण क्र. 10.

लूप ST आणि STR.

72] एक लहान लूप .... दर्शवते.

a] st ,

b] str,

c] sw,

d] ss किंवा sz

73] एक मोठा लूप............ दर्शवतो.

a] st,

b] str ,

c] sw,

d]ss किंवा sz

74] .... लूप सुरुवातीला, मध्यभागी आणि शेवटी वापरला जातो.

a] str,

ब] यष्टीचीत,

c] ss किंवा sz,

ड] स्वा

75] .... लूप मध्यभागी आणि शेवटी वापरला जातो परंतु सुरुवातीला नाही.

a] str ,

b] st,

c] ss किंवा sz,

ड] स्वा

76] एसटी लूप शेवटी .... च्या आवाजाचे प्रतिनिधित्व करण्यासाठी वापरला जातो.

a] zd ,

b] sw,

c] str,

ड] इतर उत्तर.

77] जेव्हा जोरदार आवाज येतो तेव्हा ... वापरता येत नाही.

a] str,

ब] यष्टीचीत,

c] ss किंवा sz,

ड] स्वा

78] शेवटी स्वर येतो तेव्हा ... वापरता येत नाही.

अ] सेस,

ब] यष्टीचीत,

c] ss किंवा sz,

ड] स्वा

प्रकरण क्र. 11.

सरळ स्ट्रोक आणि वक्र करण्यासाठी प्रारंभिक हुक.

79]उजव्या गतीने लिहिलेला एक लहान प्रारंभिक हुक .... सरळ स्ट्रोकमध्ये जोडतो.

अ] एन,

ब] आर,

c] एल,

ड] इतर उत्तर

80] उजव्या गतीने लिहिलेला एक मोठा प्रारंभिक हुक सरळ स्ट्रोकमध्ये .... जोडतो.

अ] एन,

ब] आर,

c] एल,

ड] इतर उत्तर

81] हुकलेल्या चिन्हांना त्यांच्या .... द्वारे म्हणतात.

अ] वैयक्तिक नावे,

b] व्यावसायिक नावे,

c] सिलेबिकनावे,

ड] इतर उत्तर.

82] एक लहान प्रारंभिक हुक वक्र व्यंजनामध्ये .... जोडते.

अ] एन,

ब] आर,

c] एल,

ड] इतर उत्तर

83] मोठा प्रारंभिक हुक वक्र व्यंजनाला .... जोडतो.

अ] एन,

ब] आर,

c] एल,

ड] इतर उत्तर

84]........... हे नेहमी वरच्या दिशेने लिहिले जाते.

a] shr,

b] shl ,

c] fl,

d] vl

85] .... लहान प्रारंभिक हुक सह ng-gr, ng-kr चा आवाज दर्शवतो.

अ] मिग्रॅ,

ब] एनके,

c] एनजी,

ड] इतर उत्तर.

प्रकरण क्र. १२.

पर्यायी फॉर्म.

86] एकटे उभे असताना, जर स्वर आधी असेल तर, डावे वक्र .... मध्ये लिहिले जातात.

a] पर्यायी फॉर्म,

b] अर्धवट आकार,

c] दुहेरी स्वरूप,

ड] नियमितस्वरूप

87] एकटे उभे असताना, स्वर आधी येत नसल्यास, डाव्या वक्र .... मध्ये लिहिले जातात.

a] पर्यायीफॉर्म,

b] अर्धवट आकार,

c] दुहेरी स्वरूप,

ड] नियमित स्वरूप

88] दुसऱ्या स्ट्रोकला जोडल्यावर...............फॉर्म वापरला जातो.

a] पर्यायी फॉर्म,

b] एकतरफॉर्म,

c] दुहेरी स्वरूप,

ड] नियमित स्वरूप

89] सरळ अपस्ट्रोक आणि आडव्या नंतर............फॉर्म वापरला जातो.

a] पर्यायीफॉर्म,

b] एकतर फॉर्म,

c] दुहेरी स्वरूप,

ड] नियमित स्वरूप

90] मध्यंतरी स्वर .... द्वारे दर्शविला जातो.

a] डॉटआणिडॅश,

b] क्रॉस आणि टिक,

c] वर्तुळ आणि डॅश,

ड] इतर उत्तर.

91] इंटरव्हनिंग डॉट स्वर दर्शवताना, ... वापरला जातो.

a] डॅश,

b] क्रॉस,

c] वर्तुळ

ड] इतर उत्तर.

chapt. नाही. 35

छेदनबिंदू

92] लेखनासाठी छेदनबिंदू वापरतात............

अ] फक्त बाह्यरेखा

b] फक्त फटके

c] व्यक्तीआणिसंस्थांचीनावे

ड] वाक्ये.

93]इंटरसेक्शन पद्धत लिहिण्यासाठी वापरली जाते.................................

अ] स्वतंत्रपणे,

b] जवळ,

c] दूर,

ड] इतर.

94] P ला .... असे लिहिण्यासाठी छेदतो.

a] धोरण,

ब] पार्टी,

c] सार्वजनिक,

ड] मालमत्ता

95] PR ला .... असे दर्शवण्यासाठी छेदले आहे.

a] मालक

b] दाबा,

c] प्राध्यापक,

ड] प्रधान

96] B ला .... असे दर्शवण्यासाठी छेदतो.

a] बँक, बिल

b] व्हा, बाय,

c] ब्युरो, पण,

ड] शरीर, आधार

97] T ला .... असे दर्शवण्यासाठी छेदतो.

अ] तणाव,

b] तांत्रिक,

c] लक्षद्या,

ड] तार

98] D .... असे दर्शवण्यासाठी छेदतो.

अ] विभागणे,

ब] तैनात करणे,

c] विलंब,

ड] विभाग

99] CH ला .... असे दर्शवण्यासाठी छेदतो.

अ] बदल,

b] चान्सरी,

c] साखळी,

ड] जयजयकार

100] J ला .... असे दर्शवण्यासाठी छेदतो.

अ] उडी,

b] जर्नल,

c] प्रवास,

ड] जार

101] K ला .... असे दर्शवण्यासाठी छेदतो.

अ] कंपनी,

b] उंट,

c] काळजी,

ड] कापूस

102] KR ला .... असे दर्शविण्यासाठी छेदतो.

a] कर्नल

b] कर्नल

c] तयार करा

ड] काळजी

103] G ला .... असे दर्शवण्यासाठी छेदतो.

a] गट

b] पालक,

c] सरकार,

ड] धान्य

104] .... असे दर्शवण्यासाठी F ला छेदतो.

अ] प्रसिद्धी,

b] शेत,

c] फॉर्म,

ड] चौकट

105] .... असे दर्शवण्यासाठी V ला छेदतो.

अ] जीवनसत्व,

b] मूल्यांकन,

c] भेट,

ड] इतर.

106] TH ला .... असे दर्शवण्यासाठी छेदतो.

a] महिना,

b] सिद्धांत,

c] तहानलेला,

ड] गुरुवार

107] S ला .... असे दर्शवण्यासाठी छेदतो.

अ] परिस्थिती,

b] दिसते,

c] समाज,

ड] सामाजिक

108] M ला .... असे दर्शवण्यासाठी छेदतो.

अ] पैसा,

ब] प्रमुख,

c] मीटर,

ड] समास

109] .... असे दर्शवण्यासाठी N ला छेदतो.

अ] जवळ,

b] नाही,

c] नौदल,

ड] राष्ट्रीय

110] .... असे दर्शवण्यासाठी L ला छेदतो.

a] कायदेशीर

b] उदारमतवादी,

c] मर्यादा,

ड] एकनिष्ठ

111] R (वर] हे .... असे दर्शवण्यासाठी छेदले आहे.

a] व्यवस्थाकरा

b] आवश्यक आहे,

c] दुर्मिळ,

ड] रेकॉर्ड

112] R (खाली] हे .... असे दर्शवण्यासाठी छेदले आहे.

a] व्यवस्था करा

b] आवश्यकआहे,

c] दुर्मिळ,

ड] रेकॉर्ड

113] SR ला .... असे दर्शवण्यासाठी छेदतो.

अ] कट,

b] मालिका,

c] पुराणमतवादी,

d] मालिका

chapt. नाही. ३४

प्रगत वाक्यांशशास्त्र

114] एक मोठे वर्तुळ वाक्यांमध्ये................ म्हणून वापरले जाते.

a] as-W,

b] जसेआपण,

c] तसेच,

ड] इतर.

115] ST लूप वाक्यांमध्ये .... म्हणून वापरले जाते.

a] मजकूर,

b] प्रथम,

c] बनियान,

ड] <u>इतर</u>

116] दुप्पट करण्याचे तत्व वाक्प्रचारात .... म्हणून वापरले जाते.

a] tr,dr,

ब] <u>त्यांचे, तेथे</u>,

c] thr,

ड] तुरे

117] .... तत्व हे वाक्यांमध्ये नकारात्मक वापरासाठी वापरले जाते.

अ] दुप्पट करणे,

ब] अर्धवट,

c] <u>प्रत्यय</u>,

ड] उपसर्ग

chapt. नाही. ३३.

विशेष आकुंचन

118] काही आकुंचन .... द्वारे तयार होतात.

अ] शब्द,

b] वाक्ये,

c] <u>पहिल्यादोनकिंवातीनस्ट्रोकसह</u>,

ड] इतर

119] काही आकुंचन .... द्वारे तयार होतात.

अ] शब्द,

b] वाक्ये,

c] <u>मध्यमवगळणे</u>,

ड] इतर

120] काही आकुंचन .... द्वारे तयार होते.

अ] शब्द,

b] वाक्ये,

c] <u>लोगोग्राम</u>,

ड] इतर

121] काही आकुंचन .... द्वारे तयार होतात.

अ] शब्द,

b] वाक्ये,

c] छेदनबिंदू,

ड] इतर

chapt. नाही. ३१.

टीप घेणे आणि प्रतिलेखन.

122] टेबलावर किंवा टेबलावर लिहिताना.................

a] पटकनउघडण्यासाठीपृष्ठाच्याखालीबोटठेवा.

b] त्यावर लिहिण्यासाठी पाने फाडणे,

c] शॉर्टहँडमध्ये लिहिण्यासाठी नियमबद्ध नोट बुक वापरा.

d] या व्यतिरिक्त इतर उत्तरे.

123] वाक्प्रचारात स्वरांची आवश्यकता असते................

a] टाळले,

b] कमीत कमी,

c] आवश्यक तेथे घातलेले,

ड] इतर उत्तर.

124] टीप घेण्यासाठी .... चे ज्ञान महत्त्वाचे आहे.

a] रूपरेषा,

b] करार केलेले फॉर्म,

c] भाषांतर,

ड] इतर उत्तर.

125] जर अनेक रूपरेषा चुकीच्या पद्धतीने लिहिल्या गेल्या असतील तर.............

अ] पुन्हा सराव करा,

b] वेग कमी करा,

क] कठोर अभ्यास करा,

ड] इतरउत्तर.

126] नियमित सरावामुळे तुमचे लिखाण होईल.....

अ] गुळगुळीत,

b] सहज,

c] सुवाच्य,

ड] इतर उत्तर.

127] वैविध्यपूर्ण श्रुतलेख वाढू शकतात............

अ] तुमची लेखन शक्ती,

b] तुमचा शब्दसंग्रह,

c] तुमचेवेगवानलेखन,

ड] इतर.

128] पेन फक्त .... दाबानेच धरावा.

अ] भारी,

b] प्रकाश,

c] मध्यम,

ड] इतर.

129] वेगळे स्वर घालावेत.................

अ] समान रूपरेषा ओळखा,

b] समानरूपरेषावेगळेकरा,

c] संपूर्ण रूपरेषा लिहिण्यासाठी

ड] इतर

प्रकरण क्र. 32

आवश्यक स्वर.

130] स्वर जिथे असतील तिथे टाकावेत.

अ] अज्ञातसंदर्भ,

b] वाक्ये,

c] व्याकरण,

ड] इतर.

131] स्वर जेथे .... घालावेत.

अ] लिहिण्याचे आकुंचन,

b] विषयअज्ञातआहे,

c] आगाऊ रूपरेषा,

ड] इतर

132] एकाच स्ट्रोकमध्ये, प्रारंभिक आणि अंतिम स्वर असलेली बाह्यरेखा,............ स्वर घालावेत.

अ] आरंभिक,

b] अंतिम,

c] मध्यम,

ड] इतर.

133] .... टाकून बाह्यरेखा सुवाच्य बनवता येते.

a] डिप्थॉन्ग

b] ट्रायफोन,

c] स्वर,

ड] इतर.

134] नोट घेणे म्हणजे............

अ] लघुलेखनाचे लेखन,

b] फक्त शब्दांचे लेखन,

c] व्यापारसिद्धांताचेलेखन,

ड] याशिवाय.

135] लेखनाची स्थिती............ असणे आवश्यक आहे.

अ] साधे,

b] ताठ,

c] लेखकांच्या सोयीनुसार.

ड] इतर.

136] नियमांचे पालन करताना, अभ्यास करणे सर्वात महत्वाचे आहे.............

a] साप्ताहिक,

b] मासिक,

c] त्रैमासिक,

ड] दररोज

137] शॉर्टहँडचा अभ्यास खाली घेऊन कव्हर केला जाऊ शकतो.

a] भाषांतर,

b] श्रुतलेखन,

c] सिद्धांताचा सराव,

d] सर्वपर्याय.

प्रकरण क्र. १५.

अंतिम आकड्यांसाठी मंडळे आणि लूप.

138] N चा ध्वनी अंतिम संलग्नकांमध्ये .... द्वारे जोडला जाऊ शकतो.

अ] त्यांच्याशी व्यंजन लिहिणे,

b] वगळण्याच्यामार्गाने,

c] हुकच्या त्याच बाजूला अंतिम संलग्नक लिहून,

ड] हुकच्या आत संलग्नक लिहून.

139] शेवटचे लहान वर्तुळ f किंवा v ध्वनीचे मिश्रण करण्यासाठी जोडले जाऊ शकत नाही, जसे की N ध्वनी मिसळण्याच्या बाबतीत, जर आपल्याला त्यांना f किंवा v ध्वनी जोडायचे असतील तर आपल्याला हे करावे लागेल.

a] हुकच्या आत वर्तुळ लिहा,

b] f/v चे पूर्ण व्यंजन लिहा नंतर वर्तुळ लिहा,

c] वर्तुळजोडणेटाळा,

d] इतर उत्तर.

140] वक्र नंतर Ns चा हलका ध्वनी........... ने व्यक्त केला जातो.

अ] एनजीआणिएस,

b] H आणि S,

c] M आणि S,

ड] इतर उत्तर.

141] Ns किंवा Nz वर्तुळ मध्यभागी नंतर येते.........

अ] दोन्ही अक्षरे दर्शविणे आवश्यक आहे,

b] दोन्हीअक्षरेसंक्षिप्तअसणेआवश्यकआहे,

c] काही अक्षरे टाळली पाहिजेत,

ड] इतर उत्तर.

प्रकरण क्र. १६

द शुन हुक

142] हुक -शुन वक्रांवर लिहिला जातो............

अ] बाहेरील कोन,

ब] आतीलवक्र,

c] स्ट्रोक द्वारे लिहिलेले,

ड] दुसरे उत्तर

143] हुक -शुन वर प्रारंभिक संलग्नक असलेल्या सरळ स्ट्रोकवर लिहिलेले आहे.

अ] आसक्तीची तीच बाजू,

b] संलग्नकाच्याविरुद्धबाजूस,

c] संलग्नक खाली,

ड] इतर उत्तर.

144] वक्रांचे अनुसरण करताना -shun हुक K आणि G ला लिहिला जातो.....

a] आडव्यासरळठेवण्यासाठीदोन्हीहालचालींसह.

b] लेखनात सोयीसाठी डाव्या हालचालीसह.

c] योग्य गतीने,

d] इतर उत्तर.

145] -shun हुक हे T,D आणि J शिवाय सरळ स्ट्रोकवर लिहिले जाते......

अ] सोयीनुसार,

b] शेवटच्या स्वराच्या एकाच बाजूला,

c] पहिल्यास्वराच्याविरुद्धबाजूस,

ड] शेवटच्या स्वराच्या विरुद्ध बाजूस.

146] -शुन हुक प्रारंभिक संलग्नक न करता T, D आणि J वर लिहिलेला आहे.........

a] उजव्याबाजूला,

b] डाव्या बाजूला,
c] दोन्ही बाजूंनी,
ड] इतर उत्तर.
147] -शुन हुक S किंवा Ns या वर्तुळाच्या खालील व्यंजनांना लिहिला जातो.........
a] वर्तुळाच्या त्याच बाजूला,
b] वर्तुळाच्याविरुद्धबाजूस,
c] वर्तुळाच्या खाली,
ड] इतर उत्तर.
148] -शुन हुक शेवटी सर्व व्यंजनांसाठी लिहिला जातो.
अ] कोणत्याही हालचालीने,
b] सोयीनुसार,
c] विरामचिन्हेदाखवण्यासाठी,
ड] इतर उत्तर.
149]. -शुन हुक सर्व व्यंजनांसाठी मध्यभागी लिहिला जातो.........
अ] कोणत्याही हालचालीने,
b] सोयीनुसार,
c] मध्यम वापर करू शकत नाही,
ड] इतर उत्तर.

प्रकरण क्र. १७.

एस्पिरेट

150] H चे ऊर्ध्वगामी रूप............ वापरले जाते.
अ] सुरुवातीला,
b] शेवटी,
c] सर्वातसामान्यपणे,
ड] इतर उत्तर.
151] H चे अधोगामी रूप वापरले जाते जेव्हा ते .... असते.
a] त्यानंतरआडवा,
b] स्वराच्या आधी,
ड] इतर उत्तर.
152] टिक H चा वापर सुरुवातीला .... साठी केला जातो.
a] f, v, t
b] m, l, r
c] r (खाली], w, y
d] इतर उत्तर.

153] बिंदू H हा .... म्हणून वापरला जातो.

अ] सुरुवातीला व्यंजन,

ब] शेवटी व्यंजन,

c] मध्यवर्तीस्ट्रोकचापर्याय,

ड] इतर उत्तर.

154] .... व्यंजनाला एस्पिरेट म्हणतात.

अ] के

b] ch,

c] ता,

ड] वि

प्रकरण क्र. १८.

वर आणि खाली L आणि SH

155] व्यंजन R सुरुवातीला खालच्या दिशेने लिहिले जाते, जेव्हा ....

a] त्याच्या पाठोपाठ एक स्वर येतो,

b] त्याच्याआधीस्वरअसतो,

c] डिप्थॉन्ग असल्यास,

ड] इतर उत्तर.

156] R शेवटी खालच्या दिशेने लिहिला जातो, जेव्हा............

a]त्याच्या मागे स्वर येतो,

b] त्याच्या आधी स्वर असतो,

c] शेवटीस्वरअसल्यास,

ड] इतर उत्तर.

157] Medial R वरच्या दिशेने लिहिला जातो, जेव्हा ....

a]त्याच्या मागे स्वर येतो,

b] त्याच्या आधी स्वर असतो,

c] जरआपल्यालाचांगलेसामीलहोण्याचीआवश्यकताअसेलतर,

ड] इतर उत्तर.

158]मध्यम R नेहमी वरच्या दिशेने लिहिला जातो.

अ] सुरुवातीला,

b] शेवटी,

c] मध्यस्थपणे,

ड] इतर उत्तर.

159] स्वर, डिप्थॉन्ग, व्यंजनाच्या अर्थाशिवाय R हे .... साठी कधी वर तर कधी खालच्या दिशेने लिहिले जाते.

a] एकसोपीरूपरेषा,

b] आकुंचन,

c] खास नाऊंससाठी,

ड] इतर उत्तरे.

प्रकरण क्र. 19.

ऊर्ध्वगामी आणि खालच्या दिशेने L आणि SH.

160] L चे .... हे रूप सामान्यतः लिहिले जाते.

अ] खाली,

ब] वर,

c] दोन्ही रूपे,

ड] इतर उत्तर.

161] वक्राला जोडलेल्या वर्तुळाच्या ताबडतोब आधी किंवा पुढे गेल्यावर L .... लिहिले जाते.

अ] खाली,

b] वर,

c] दोन्ही दिशा,

ड] वर्तुळाच्यादिशेनुसार.

162] L हे शेवटी........ नंतर लिहिलेले आहे.

a] f, v

b] n, ng

c] n, ng

ड] इतर उत्तर.

163] प्रारंभिक L हा वॉर्ड लिहिला जातो जेव्हा तो...... असतो.

a] ट्रायफोनच्या आधी

b] त्यानंतर व्यंजन

c] स्वराच्याआधीआणिनंतरआडवा

ड] इतर उत्तर

164] F,V आणि SK किंवा स्ट्रेट अप स्ट्रोक नंतर, फायनल L लिहिला जातो......... स्वर नंतर.

अ] वरचाशब्द

b] खालच्या दिशेने

c] कोणत्याही हालचालीसह

ड] इतर उत्तर

165] F, V आणि SK किंवा स्ट्रेट अप स्ट्रोक नंतर, फायनल लिहिला जातो......... जेव्हा स्वर येत नाही.

अ] वरचा शब्द

b] <u>खालच्यादिशेने</u>

c] कोणत्याही हालचालीसह

d] इतर उत्तर.

166]......... L साधारणपणे वरच्या दिशेने लिहिले जाते.

अ] <u>आरंभिक</u>

b] अंतिम

c] मध्यम

ड] इतर उत्तर

167] स्ट्रोक SH, जेव्हा सरळ खाली स्ट्रोकच्या मागे प्रारंभिक संलग्नक असतो तेव्हा........ असे लिहिले जाते.

a] डावी बाजू

b] उजवी बाजू

c] विरुद्ध

ड] <u>वरआणिखालच्यादिशेने</u>.

प्रकरण क्र. 20.

मिश्रित व्यंजने.

168] मोठा प्रारंभिक हुक K ला .... जोडतो आणि G सुरवातीला मोठा हुक बनवतो.

अ] <u>एम</u>,

b] w,

c] एल,

ड] इतर उत्तर.

169] L व्यंजनाचा मोठा प्रारंभिक हुक .... दर्शवतो.

अ] प,

b] tion,

c] <u>WH</u> ,

ड] इतर उत्तर.

170] एल व्यंजन .... च्या जोडणीसाठी घट्ट केले जाते.

अ] <u>एर</u>,

b] tr,

c] डॉ,

ड] तुरे

171] .... च्या जोडणीसाठी R व्यंजन घट्ट केले जाते.

अ] <u>एर</u>,

b] tr,

c] डॉ.

ड] तुरे

172] P किंवा B ला .... जोडल्याने संयोगी व्यंजन तयार होऊ शकते.

अ] वि,

ब] एल,

c] M,

ड] इतर उत्तर.

173] एस्पिरेट W मध्ये............. हुकने जोडले जाते.

a] जोडणे,

ब] मोठेकरणे,

c] कमी करणे,

ड] इतर उत्तर.

174] WL आणि WHL फॉर्म लिहिला जातो जेव्हा .... आरंभिक W वर.

a] स्वरआधी,

b] स्वर खालीलप्रमाणे,

c] डिप्थॉन्ग आधी,

ड] इतर उत्तर.

175] L ला सुरुवातीचे हुक नेहमी........... असतात.

अ] शेवटचे वाचा,

b] प्रथमवाचा,

c] मध्यभागी वाचा,

ड] इतर उत्तर.

प्रकरण क्र. २१.

स्वर संकेत.

176] सुरुवातीच्या स्वरासाठी............ आवश्यक आहे.

अ] प्रारंभिकस्ट्रोकचावापर,

b] स्वर घालणे,

c] व्यंजनाची जोड,

ड] हुक किंवा लूपचे प्रारंभिक संलग्नक.

177] खालील शब्द कोणत्या प्रारंभिक स्वरांच्या गटात येतो.......

a] परिधान,

b] चवदार,

c] पेन,

ड] सोबत.

178] खालील शब्द कोणता शब्द निहित प्रारंभिक व्यंजनांच्या गटात येतो.

a] झोपलेला,

ब] जागेव्हा,

c] अवमान करणे,

ड] कमी

179] खालील शब्द निहित अंतिम व्यंजनाच्या गटात येतो.......

अ] पडणे,

b] जागरूक,

c] क्षमस्व,

ड] पडणे

180] सुरुवातीच्या स्वरासाठी प्रारंभिक स्ट्रोक वापरणे आवश्यक आहे ....

a] स्वरचिन्हालास्थानद्या,

b] अंतिम व्यंजनाला स्थान द्या,

c] शब्दाचे संक्षिप्त स्वरूपात प्रतिनिधित्व करणे,

ड] इतर उत्तर.

181] प्रारंभिक किंवा अंतिम स्वर वारंवार .... साठी लिहिलेल्या फॉर्मद्वारे सूचित केले जाऊ शकतात.

अ] प्रारंभिक किंवा अंतिम ट्रायफोन,

b] आरंभिककिंवाअंतिमव्यंजन,

c] प्रारंभिक किंवा अंतिम संलग्नक,

ड] इतर उत्तर.

कॅप्टर क्र. - २८.

प्रत्यय आणि समाप्ती.

182] Stroke –ing च्या ऐवजी ---------- वापरला जातो.

a] स्वल्पविराम

b] ठिपका

c] डॅश

ड] इतर उत्तर

183] -Ality, -ility, -arity ---------- स्ट्रोक द्वारे वापरले जाते.

अ] एकमेकांना छेदणारा

b] समाप्त करणे

क] संबंधतोडणे

ड] इतर उत्तर

184] विभक्त J स्ट्रोक ---------- दर्शवते

a] जर्नल

b] सामान्य

c] तार्किक-ly

ड] इतर उत्तर

185] -मन ---------- द्वारे व्यक्त केले जाते.

a] MT

b] NT

c] NGT

ड] इतर उत्तर

186] विभक्त MNT ---------- प्रतिनिधित्व करते

a] मानसिक-ly-ity

b] विचार

क] एनजीटी

ड] इतर उत्तर

187] -Ly हे ---------- जोडलेले किंवा विभक्त झालेले द्वारे दर्शविले जाते.

अ] एल

ब] एन

c] एनजी

ड] एसएच

188] एसएच एक्स्प्रेसमध्ये सामील किंवा खंडित झाली -----------

a] - जहाज

b] मेंढी

c] शिफ्ट

ड] इतर उत्तर

189] विभक्त एफएस स्ट्रोक व्यक्त करतो ----------

a] - आळशीपणा

b] - परिपूर्णता

c] सुविधा

ड] इतर उत्तर

190] विभक्त एलएस स्ट्रोक व्यक्त करतो ----------

a] - कमीपणा

b] - परिपूर्णता

c] फुरसत

ड] इतर उत्तर

191] डब्ल्यू स्ट्रोक अर्धवट जोडण्यात व्यक्त केला जातो ----------

a] <u>-शब्द</u>

b] केव्हा

c] होईल

ड] इतर उत्तर

192] Y स्ट्रोक अर्धवट जोडण्यात व्यक्त केला जातो ----------

a] -याच

b] -उत्पन्न

c] <u>-याई</u>

ड] इतर उत्तर

अध्याय क्र. 22.

अर्धवट तत्त्व

193] अर्धांगवायू हा झटका .... ची जोड दर्शवते.

अ]एम, एन, एनजी,

b] <u>T किंवा D </u>,

क] एल आणि एसएच,

ड] एच, जी

194] शेवटी कोणत्याही संलग्नकाशिवाय किंवा कोणत्याही डिप्थॉन्गशिवाय, लाईट स्ट्रोक फक्त............ साठी अर्धा केला जातो.

अ] डी,

ब] <u>टी</u>,

सेमी,

ड] एनजी.

195] शेवटी कोणत्याही संलग्नकाशिवाय किंवा कोणत्याही डिप्थॉन्गशिवाय, हेवी स्ट्रोक फक्त............ साठी अर्धा केला जातो.

अ] डी,

ब] <u>टी</u>,

सेमी,

ड] एनजी.

196] स्वर चिन्ह अर्धवट फॉर्म वाचले जातात............

अ] <u>प्राथमिकस्ट्रोकच्यापुढे</u>,

b] स्ट्रोक करण्यापूर्वी,

c] वाचनाच्या सोयीनुसार,

d] इतर उत्तर.

197] अर्धी लांबी H, जेव्हा दुसर्या स्ट्रोकशी जोडली जात नाही तेव्हा नेहमी .... लिहिले जाते.

अ] खाली,

b] एकतर गती,

c] वर,

ड] इतर उत्तर.

198] अर्धी लांबी .... लिहिली जात नाही.

अ] एच,

b] T किंवा D,

c] आर(वर],

ड] इतर उत्तर.

199] अर्धवट तत्व लागू होत नाही.................

a] जेव्हाएखादाशब्दस्वरानेसंपतो,

b] जेव्हा शब्द ट्रायफोनने संपतो,

c] जेव्हा एखादा शब्द डिप्थॉन्गने संपतो,

ड] इतर उत्तर.

200] स्वर दर्शविण्यासाठी अर्धा लांबीचे फॉर्म लिहू नयेत.

अ] ओळीद्वारे,

b] ओळीवर,

c] ओळीच्या वर,

ड] इतर उत्तर.

प्रकरण क्र. 23.

अर्धवट तत्त्व से. II

201] स्ट्रोक M, N, L आणि R अर्धवट केले जातात आणि .... च्या जोडणीसाठी घट्ट केले जातात.

अ] टीकिंवाडी,

b] -लेर्ड, -रेर्ड इ.,

क] एच, सीएच,

ड] इतर उत्तर.

202] घट्ट झालेले LD/RD वापरले जात नाहीत जेव्हा .... ते.

a] स्वरमध्येयेतो,

b] स्वर आधी येतो,

c] स्वर खालीलप्रमाणे,

ड] इतर उत्तर.

203] MP/ MB अर्धा केला जाऊ शकतो जेव्हा ....

अ] फक्त शेवटी आकडा,

b] फक्त सुरुवातीला हुकलेले,

c] <u>सुरुवातीलाआणिशेवटीदोन्हीआकड्यांचे</u>,

ड] इतर उत्तर.

204] RT सामान्यतः .... लिहिलेले असते.

अ] खाली,

b] सोयीनुसार,

c] <u>वर</u>,

ड] अर्धवट न ठेवता.

205] अर्धवट झालेली ST .... नंतर खाली किंवा वरच्या दिशेने लिहिली जाऊ शकते.

अ] टी/डी,

b] क्षैतिज,

c]- <u>टाळा</u>,

d] F/V हुक

206] असमान लांबीचे स्ट्रोक............ शिवाय जोडले जाऊ नये.

a] <u>जंक्शनच्याबिंदूवरएककोनआहे</u>,

b] सामील होण्याची चांगली गुणवत्ता आहे,

c] सोयीनुसार,

ड] इतर उत्तर.

207] असमान लांबीचे स्ट्रोक............ शिवाय जोडले जाऊ नये.

अ] <u>लांबीचीअसमानताआहे</u>,

b] सामील होण्याची चांगली गुणवत्ता आहे,

c] सोयीनुसार,

d] इतर उत्तर.

208] अर्धा लांबी T किंवा D नेहमी स्ट्रोक नंतर लगेच वियोग केला जातो.

अ] एम, एन, एनजी,

ब] आर, एल,

क] के, जी,

d] <u>K, G, M, N</u>

209] अर्धवट तत्त्व हे .... दर्शविण्यासाठी वाक्यांशशास्त्रात वापरले जाते.

a] <u>करूनका, शब्दआणिकरू</u>,

b] P, B, T, D,

c] L, R, H, V,

d] K, G, M, N

प्रकरण क्रमांक :-२४

प्रत्यय आणि समाप्ती

210] stroke –ing च्या ऐवजी .... वापरला जातो.

a] स्वल्पविराम,

b] बिंदू,

c] डॅश,

ड] इतर उत्तर,

211] -Ality, -ility, -arity .... स्ट्रोक द्वारे वापरले जाते.

अ] छेदणारे,

b] समाप्त करणे,

c] विच्छेदन,

ड] इतर उत्तर.

212] विभक्त J स्ट्रोक .... दर्शवतो.

a] जर्नल,

b] सामान्य,

c] तार्किकदृष्ट्या,

ड] इतर उत्तर,

213]-मन .... द्वारे व्यक्त केला जातो.

अ] एमटी,

b] NT,

c] NGT,

ड] इतर उत्तर,

214] विभक्त MNT .... चे प्रतिनिधित्व करते.

अ] मानसिकता,

b] मत,

c] NGT,

ड] इतर उत्तर,

215] -Ly द्वारे दर्शविले जाते .... सामील झाले.

अ] एल,

ब] एन,

c] एनजी,

ड] एसएच,

216] एसएच एक्स्प्रेसमध्ये सामील किंवा जोडलेले ....

a] -जहाज,

b] झोप,
c] शिफ्ट,
ड] इतर उत्तर,
217] जोडलेली FS स्ट्रोक एक्सप्रेस...........
a]-निराळेपणा,
b]- परिपूर्णता,
c] सुविधा,
ड] इतर उत्तर,
218] जोडलेली एलएस स्ट्रोक एक्सप्रेस...........
a]-कमीपणा,
b] परिपूर्णता,
c] विश्रांती,
ड] इतर उत्तर,
219] डब्ल्यू स्ट्रोक अर्धवट जोडण्यात व्यक्त केला जातो............
a] - शब्द,
b] कधी,
c] होईल,
ड] इतर उत्तर,
220] Y स्ट्रोक अर्धवट जोडण्यात व्यक्त केला जातो............
a] -याच,
b] -उत्पन्न,
c] - याई,
ड] इतर उत्तर,
221] मायक्रोसॉफ्ट एक्सेलमध्ये फाईल......... फॉरमॅटमध्ये सेव्ह केली जाते.
अ] .mp3
ब] .डॉ
C] .xls
D] .mpeg
222] Microsoft excel मध्ये DAVERAGE fuction चा वापर...... साठी केला जातो.
अ] डेटाबेसमधील संख्या असलेल्या पेशींची गणना करते
B] निवडलेल्याडेटाबेसनोंदींचीसरासरीमिळवते
C] निर्दिष्ट निकषांशी जुळणारा एकच रेकॉर्ड डेटाबेसमधून काढतो
D] निवडलेल्या डेटाबेस नोंदींमधून किमान मूल्य परत करते
223] Microsoft excel मध्ये DCOUNT fuction यासाठी वापरले जाते......

अ] डेटाबेसमधीलसंख्याअसलेल्यापेशींचीगणनाकरते

B] निवडलेल्या डेटाबेस नोंदींची सरासरी मिळवते

C] निर्दिष्ट निकषांशी जुळणारा एकच रेकॉर्ड डेटाबेसमधून काढतो

D] निवडलेल्या डेटाबेस नोंदींमधून किमान मूल्य परत करते

224] मायक्रोसॉफ्ट एक्सेल मधील फंक्शन डेटाबेसमधून निर्दिष्ट केलेल्या निकषांशी जुळणारा एकच रेकॉर्ड काढतो...

अ] DGET

ब] DMAX

C] DMIN

D] DPRODUCT

225] मायक्रोसॉफ्ट एक्सेलमधील फंक्शन निवडलेल्या डेटाबेस नोंदींमधून कमाल मूल्य परत करते.

अ] DGET

ब] DMAX

C] DMIN

D] DPRODUCT

226] मायक्रोसॉफ्ट एक्सेलमधील कार्य निवडलेल्या डेटाबेस नोंदींमधून किमान मूल्य परत करते

अ] DGET

ब] DMAX

C] DMIN

D] DPRODUCT

227] मायक्रोसॉफ्ट एक्सेल मध्ये कार्य डेटाबेसमधील निकषांशी जुळणाऱ्या रेकॉर्डच्या विशिष्ट फील्डमधील मूल्यांचा गुणाकार करते

अ] DGET

ब] DMAX

C] DMIN

D] DPRODUCT

228] मायक्रोसॉफ्ट एक्सेलमध्ये कोणते कार्य निवडलेल्या डेटाबेस नोंदींच्या नमुन्यावर आधारित मानक विचलनाचा अंदाज लावते

अ] DSTDEV

ब] DSTDEVP

क] DSUM

ड] DVAR

229] मायक्रोसॉफ्ट एक्सेलमध्ये कोणते कार्य निवडलेल्या डेटाबेस नोंदींच्या संपूर्ण लोकसंख्येवर आधारित मानक विचलनाची गणना करते

अ] DSTDEV

ब] DSTDEVP

क] DSUM

ड] DVAR

230] मायक्रोसॉफ्ट एक्सेलमध्ये कोणते फंक्शन डेटाबेसमधील रेकॉर्डच्या फील्ड कॉलममध्ये निकषांशी जुळणारे नंबर जोडते

अ] DSTDEV

ब] DSTDEVP

क] DSUM

ड] DVAR

230] मायक्रोसॉफ्ट एक्सेलमध्ये कोणते फंक्शन निवडलेल्या डेटाबेस नोंदींच्या नमुन्याच्या आधारे भिन्नतेचा अंदाज लावते

अ] DSTDEV

ब] DSTDEVP

क] DSUM

ड] DVAR

231] मायक्रोसॉफ्ट एक्सेलमध्ये विशिष्ट तारखेचा अनुक्रमांक परत करतो

अ] तारीख

ब] DATEVALUE

क] दिवस

D] DAYS360

232] मायक्रोसॉफ्ट एक्सेल मधील तारखेला मजकूराच्या रूपात अनुक्रमांकामध्ये रूपांतरित करते

अ] तारीख

ब] DATEVALUE

क] दिवस

D] DAYS360

233] मायक्रोसॉफ्ट एक्सेलमध्ये अनुक्रमांक महिन्याच्या एका दिवसात रूपांतरित करते

अ] तारीख

ब] DATEVALUE

क] दिवस

D] DAYS360

234] मायक्रोसॉफ्ट एक्सेलच्या 360 दिवसांच्या वर्षावर आधारित दोन तारखांमधील दिवसांची संख्या मोजते

अ] तारीख

ब] DATEVALUE

क] दिवस

D] <u>DAYS360</u>

235] एक PowerPoint सादरीकरण जे तुम्ही तुमची वैयक्तिक किंवा व्यावसायिक छायाचित्रे प्रदर्शित करण्यासाठी तयार करू शकता.

अ] <u>फोटोअल्बम</u>

ब] वेब सादरीकरण

क] पृष्ठ अभिमुखता

ड] स्वत: चालणारे सादरीकरण

236] पॉवर पॉइंट प्रेझेंटेशनमध्ये स्लाइड क्रमांक, वेळ आणि तारीख, कंपनीचा लोगो, सादरीकरणाचे शीर्षक किंवा फाइलचे नाव, प्रस्तुतकर्त्याचे नाव आणि प्रत्येक हँडआउट किंवा नोट्स पृष्ठाच्या शीर्षस्थानी अधिक माहिती जोडण्यासाठी कोणते कार्य वापरले जाते तुमचे सादरीकरण, किंवा प्रत्येक स्लाइड, हँडआउट किंवा नोट्स पृष्ठाच्या तळाशी

अ] स्लाइड क्रमांक

ब] तारीख आणि वेळ

C] <u>शीर्षलेखकिंवातळटीप</u>

ड] मथळे

237] मायक्रोसॉफ्ट पॉवर पॉइंट मधील क्विक ऍक्सेस टूलबारवरील फंक्शनमधील नंबर स्लाइड्स यासाठी वापरली जातात

अ] <u>तुमच्यासादरीकरणातीलपहिल्यास्लाइडवरदिसणारास्लाइडक्रमांकबदलण्यासाठी</u>

ब] तुमच्या सादरीकरणातील शेवटच्या स्लाइडवर दिसणारा स्लाइड क्रमांक बदलण्यासाठी

C] तुमच्या सादरीकरणातील मधल्या स्लाइडवर दिसणारा स्लाइड क्रमांक बदलण्यासाठी

D] तुमच्या सादरीकरणातील स्लाइड हटवण्यासाठी

238] ईमेल खाते तयार करण्यासाठी खालीलपैकी एक पर्याय वापरला जातो

अ] लॉग इन करा

ब] साइन इन करा

क] <u>साइनअपकरा</u>

ड] लॉग आउट करा

239] पासवर्ड विसरला हा पर्याय यासाठी वापरला जातो.....

अ] नवीनपासवर्डतयारकरा

ब] पासवर्ड संपादित करा

C] पासवर्डची वैधता तपासा

ड] पासवर्डची पडताळणी

240] कम्पोज टॅबचा वापर ईमेल खात्यात केला जातो

अ] ईमेल हटवा

ब] नवीनईमेललिहा

C] ईमेल आयात करा

डी] ईमेल निर्यात करा

241] ईमेल खात्यात नको असलेले ईमेल या फोल्डरमध्ये साठवले जातात..

अ] पाठवले

ब] स्पॅम

क] कचरा

ड] मसुदे

242] आम्ही एखाद्याला ईमेल पाठवल्यास, या ईमेलची प्रत या फोल्डरमध्ये जतन केली जाते...

अ] पाठवले

ब] स्पॅम

क] कचरा

ड] मसुदे

243] हटवलेले ईमेल या फोल्डरमध्ये सेव्ह केले जातात...

अ] पाठवले

ब] स्पॅम

क] कचरा

ड] मसुदे

244] अपूर्ण ईमेल या फोल्डरमध्ये सेव्ह केले जातात

अ] पाठवले

ब] स्पॅम

क] कचरा

ड] मसुदे

२४५] प्रतिसाद ईमेलसाठी वापरला पर्याय.....

अ] पुढे

ब] उत्तरद्या

क] छापणे

ड] स्पॅमचा अहवाल द्या

246] प्राप्त झालेल्या ईमेलची प्रत पाठवण्याचा पर्याय.....

अ] पुढे

ब] उत्तर द्या

क] छापणे

ड] स्पॅमचा अहवाल द्या

www.ingramcontent.com/pod-product-compliance
Ingram Content Group UK Ltd.
Pitfield, Milton Keynes, MK11 3LW, UK
UKHW021925190726
13853UKWH00002B/858